AF741648

രംനേഷ് പി.വി.

1991 ൽ കണ്ണൂർ ജില്ലയിലെ കണ്ണപുരത്ത് ജനനം.
അച്ഛൻ: ബാലകൃഷ്ണൻ പി.വി., അമ്മ: കാർത്ത്യായനി സി.വി.
ചരിത്രത്തിൽ ബിരുദവും ജേർണലിസത്തിൽ ബിരുദാനന്തര ബിരുദവും.
ദേശാഭിമാനി, മാതൃഭൂമി പത്രങ്ങളിൽ പ്രവർത്തിച്ചു.

ഭാര്യ: ആതിര. എം.പി, മകൾ: യുക്തി
ഫോൺ: 9526092083
ഇമെയിൽ: pvremnesh@gmail.com

Malayalam Language
Biometric
(Poems)
by
Remnesh

♦

Published in December 2022
by Kairali Books Private Limited
Thalikkavu Road, Kannur.
Ph : 0497-2761200

E-Mail : kairalibooksknr@gmail.com

♦

Cover Design
Prasanth Mangad

♦

Price ₹: 150.00
91/22-23/Sl.No.1399/500/NS 18.6
ISBN 978-93-93397-31-7

ബയോമെട്രിക്

രംനേഷ്

കൈരളി ബുക്സ്

ആമുഖം

കാണാതായും കീറിക്കളഞ്ഞും ഇല്ലാതായിപ്പോയവയുടെ കൂട്ടത്തിൽ അതിജീവിച്ച കവിതകൾ കട്ടിയുള്ള രണ്ട് ചട്ടക്കുള്ളിൽ അടുത്തടുത്തിരിക്കുന്നു എന്നതാണ് ഇതിന്റെ സന്തോഷം. പലകാലങ്ങളിൽ, പലവഴികളിലേക്ക് ഇറങ്ങിപ്പോയ തോന്നലുകളെ ഒരിടത്തേക്ക് ആവാഹിക്കുന്നുവെന്നതാണ് ഇതിന്റെ സത്ത.

അനുവാദം ചോദിക്കാതെയാണ് എല്ലായ്പ്പോഴും കവിതയുടെ കടന്നുവരവ്. പുതിയ വിദ്യാലയത്തിലെ ആദ്യത്തെ ദിവസം പലവിധകാരണങ്ങളാൽ വൈകിയെത്തിയ കുട്ടിയെപ്പോലെ പരിഭ്രമവേഷത്തിൽ കവിതയുടെ ക്ലാസ്മുറിയിൽ, ഈ വാതിൽക്കൽ നിൽക്കുകയാണ്.

'കയറിവരാൻ' പറയാം, ഇറങ്ങിപ്പോകാനും. അതിനുമുമ്പ് പ്രസാധകർക്കും പ്രിയപ്പെട്ട സ്നേഹിതർക്കും സർവ്വാദരണീയരായ വായനക്കാർക്കും നന്ദി അറിയിക്കട്ടെ.

ഉള്ളടക്കം

പ്രതിരോധത്തിന്റെയും സഹജസ്നേഹത്തിന്റെയും ജൈവികത

ഡോ. വി.പി.പി. മുസ്തഫ

പുതിയ കാലത്തിന്റെ ജീവിതസമവാക്യങ്ങളോട് സമരസപ്പെടാനാവാത്ത ഒരു കവിയുടെ നിലപാടുകളുടെ, കാഴ്ചപ്പാടുകളുടെ സാക്ഷ്യപത്രമാണ് 'ബയോമെട്രിക്' എന്ന കവിതാസമാഹാരം. ജൈവികതയെ ആശ്ലേഷിക്കുന്നവയാണ് ഈ സമാഹാരത്തിലെ ഓരോ കവിതയും. ജീവിതം കൂടുതൽ യാന്ത്രികവും ജൈവികേതരവുമാകുന്ന കാലത്ത്, കളങ്കപ്പെടാത്ത രാഷ്ട്രീയ സമീപനങ്ങളുടെ പ്രകാശനമാണ് രംനേഷിന്റെ കവിതകൾ.

സ്വാതന്ത്ര്യം, ജനാധിപത്യം, സമത്വം തുടങ്ങിയ ചിന്തകൾ വലിയ തോതിൽ വെല്ലുവിളിക്കപ്പെടുന്ന കാലമാണിത്. സ്വാതന്ത്ര്യം അനുഭവിക്കാൻ സാധിക്കുന്നില്ല. ജനാധിപത്യം കേവലം നാട്യങ്ങളായിരിക്കുന്നു. സമത്വം സ്വർണ്ണക്കുടത്തിലടച്ച കാപട്യം മാത്രവും. ഇത്തരമൊരു സന്ദർഭത്തിൽ, തന്നെത്തന്നെ നിർണയിച്ച പ്രതിരോധ രാഷ്ട്രീയത്തിന്റെ, സഹജസ്നേഹത്തിന്റെ അടയാളപ്പെടുത്തലാണ് രംനേഷിന്റെ 'ബയോമെട്രിക്' എന്ന കവിതാസമാഹാരം നിർവ്വഹിക്കുന്നത്.

സമകാലിക ജീവിതത്തിന്റെ അടരുകൾ ഒന്നൊന്നായി കണ്ടെടുക്കാം നമുക്ക് ഈ സമാഹാരത്തിലെ കവിതകളിൽ നിന്ന്. ആശയങ്ങൾ കൊണ്ട് തീർക്കപ്പെട്ടതാണീ അടരുകളെന്ന് ഏതൊരു കാവ്യാസ്വാദകനും ബോധ്യപ്പെടും. എഴുത്തുകാരന്റെ മരണവും (Death of the Author) വായനക്കാരന്റെ സുപ്രധാന പദവിയും അംഗീകരിക്കപ്പെട്ട കാലം കൂടിയാണിത്. അതുകൊണ്ട് നല്ല വായന 'പാഠ'(text)ത്തിന്റെ അഴിച്ചുപണി കൂടിയാണിത്.

കവിതയുടെ ആഖ്യാനത്തിൽ നിരവധി മാതൃകകൾ രൂപപ്പെട്ടുവന്നിട്ടുണ്ട്. ഇന്നലെകളിൽ നിന്ന് ഇന്നിലേക്കും തിരിച്ചുമുള്ള സഞ്ചാരമാണതിലൊന്ന്. ഭൂതഭാവികളുടെ സൂചകങ്ങളായും ഇന്നിന്റെ സംഘർഷങ്ങൾ കടന്നുവരുന്നുണ്ട്. രംനേഷിന്റെ കവിതകളിലും ആഖ്യാനത്തിന്റെ ഈ രസതന്ത്രമാണ് പ്രകടമാകുന്നത്. കാലത്തോട് സംവദിക്കുന്നവയാണ് ഈ കവിതകൾ. മനുഷ്യനും രാഷ്ട്രീയവും സംസ്ക്കാരവുമാണ് രംനേഷിന്റെ

വിളനിലം. അങ്ങനെ നമ്മുടെ കാലത്തെയും നമ്മെത്തന്നെയും വീണ്ടെടുക്കുന്നവയായതുകൊണ്ടാണ് ഈ കവിതകളും ഇക്കവിയും വായനക്കാരനെ പ്രചോദിപ്പിക്കുന്നത്. 'സ്വാതന്ത്ര്യത്തിന്റെ ചത്വരങ്ങളിലേക്ക്' തുറന്നുവച്ച 'ജനാലകളിൽ ഇപ്പോഴും കവിതകളുണ്ട്' എന്ന് ഈ കവി പ്രഖ്യാപിക്കുന്നുണ്ട്.

പാടിപ്പതിഞ്ഞ പാഠങ്ങളുരുവിട്ടുകൊണ്ടുള്ള ജീവിതം തനിയ്ക്കും തന്റെ തലമുറയ്ക്കും അസാധ്യമാണെന്നത് രംനേഷിന്റെ അനുഭവസാക്ഷ്യമാണ്. ഇത് പാരമ്പര്യത്തിന്റെ ഉദ്ഘോഷണം കൊണ്ട് മാത്രം പ്രതിരോധം തീർക്കുക അസാധ്യമാണെന്ന തിരിച്ചറിവിലേക്ക് കവിയെ നയിക്കുന്നു. സമരായുധം ഇന്നിന്റെ അകത്തളങ്ങളിൽ നിന്നും കണ്ടെത്തുവാൻ ഇക്കവിയ്ക്ക് സാധിക്കുന്നു. ഈ കവിതകളുടെ രചനയും വായനയും ഒരുപോലെ പ്രതിരോധാത്മകമാണ്. ഞാൻ എന്റെ ദേശീയത നിർവചിക്കുന്നു, ഒ'റ്റു', 'സംഘ'കാല കൃതികൾ, ജനാധിപത്യം, മാർക്സും മാവോയും ഞാനും, ഓഷ്വിറ്റ്സിലെ അസ്ഥികൂടങ്ങൾക്ക് ഇന്ത്യയിൽ നിന്ന്, ക്യൂബ, ബീഡി തെറുക്കുന്ന അയാൾ തുടങ്ങിയ കവിതകൾ തലവാചകത്തിലെന്നതുപോലെ ഉള്ളടക്കത്തിലും മേൽപ്പറഞ്ഞ തിരിച്ചറിവിന്റെ ഉല്പന്നങ്ങളാകുന്നുണ്ട്. പുതിയ കാലത്തിന്റെ പ്രതിരോധ തൃഷ്ണകളെ പങ്കുവെക്കുന്നതാണ് ഈ കവിതകൾ.

ചെഗുവേരയുടെ ഹൃദയത്തിലേക്ക് നിറയൊഴിച്ച വ്യവസ്ഥയോട് തിരികെ വെടിയുതിർത്തോ, തൂക്കിലേറ്റിയോ, ജീവനോടെ ചുട്ടെരിച്ചോ അല്ല പകരം ചോദിക്കുന്നത്, അവരുടെ 'തിമിര' ശസ്ത്രക്രിയ സൗജന്യമായി ചെയ്തുകൊടുത്തുകൊണ്ടാണെന്നുള്ള (ക്യൂബ) അറിവുകൾ വെളിപ്പെടുത്തുന്ന രംനേഷ് കവിതകൾ നമ്മെ അമ്പരപ്പിക്കുന്നു. പ്രതിരോധമാർഗ്ഗം പുതിയ രൂപഭാവമാർജ്ജിക്കുകയാണ് ഇവിടെ. പൊരുതിനേടിയ സ്വാതന്ത്ര്യത്തെയും ജനാധിപത്യത്തെയും പുതിയ പുലരിയെക്കുറിച്ചുള്ള സ്വപ്നങ്ങളെയും കരിപുതപ്പിക്കാനടുക്കുന്ന രാഷ്ട്രീയത്തോടുള്ള സന്ധിയില്ലാപോരാട്ടമാണ് ഇത്തരം കവിതകൾ. കവിത പ്രത്യയശാസ്ത്രോപകരണമായി മാറുന്ന സന്ദർഭമാണിത്. കാലത്തിലൂന്നാൻ പ്രേരണ നൽകുന്ന കനലായി ഈ കവിതകൾ നമ്മോടൊപ്പമുണ്ട്. അതിജീവനം സാധ്യമാകുമെന്നും ചരിത്രം നൈരന്തര്യമുള്ളതാണെന്നും ഇക്കവി ഓർമ്മപ്പെടുത്തുന്നു.

ചരിത്രം നിറയെ
ആരും കാണാതെ
പോയവന്റെ കണ്ണുകളാണ് അവിടെയാണ് ഒരിക്കലും
വറ്റാത്ത പുഴ. (ചിത്രത്തിലില്ലാത്തവർ)

ജീവിതത്തിന്റെ പടർച്ചയെ സാന്ദ്രമാക്കുന്നവയാണ് മലയാളത്തിലെ പുതുകവിതകൾ. ജീവിതത്തിന്റെ കുത്തൊഴുക്കിൽ അനാഥമാകുന്ന 'ജീവിത'ത്തെ, അതിന്റെ സൗന്ദര്യത്തെ വീണ്ടെടുക്കുന്നുവെന്നതാണ് പുതുകവിതകളുടെ സവിശേഷത. അത്തരത്തിൽ ജീവിതത്തിന്റെ വീണ്ടെടുപ്പിന് ദാഹിക്കുന്ന കവികളുടെ ഗണത്തിലാണ് രംനേഷിന്റെ സ്ഥാനം. ജീവിതത്തെ പ്രണയം എന്ന രൂപകം കൊണ്ടാണ് ഈ കവി പ്രതീകവൽക്കരിക്കുന്നത്. പ്രണയതീക്ഷ്ണത വർണത്തിളക്കത്തോടെയും മങ്ങിയും മാറിമാറി പ്രത്യക്ഷപ്പെടുന്നതാണ് ഈ സമാഹാരത്തിലെ ഒരുകൂട്ടം കവിതകൾ. 'ചുംബിച്ച് തോറ്റവരു'ടെ 'ദരിദ്രപ്രേമത്തിന്റെ വിനോദ സഞ്ചാരം' മാത്രമായ പ്രണയവും പരീക്ഷകൾ ജയിച്ച പ്രേമം 'മഷി തീർന്ന നേരത്തെ കവിത'യായി 'ഹൃദയത്തിന്റെ ഉച്ചഭാഷിണിയിൽ നിന്നും' 'പകർത്തെഴുത്താ'യി മാറുന്ന അനുഭവവും ഇതിലെ കവിതകളിലുണ്ട്.

'സ്വതന്ത്രവളവ്' ആണും പെണ്ണും തമ്മിലുള്ള ലോഹ്യത്തിന്റെ അടക്കം പറച്ചിലുകളാണ് വിവരിക്കുന്നത്. സ്നേഹത്തിലെ ഇത്തരം സന്ദേഹങ്ങളെ ചെറിയ വാങ്മയ സൂചനകൾ കൊണ്ട് അവതരിപ്പിക്കുന്നതിലുള്ള രംനേഷിന്റെ മിടുക്ക് ശ്രദ്ധേയമാണ്. അങ്ങേയറ്റം വികാരധനികമാകാവുന്ന പ്രണയം എന്ന പ്രമേയത്തെ, അതിന്റെ സന്നിഗ്ദ്ധതകളെ ഒട്ടും ഉച്ചസ്വര മില്ലാതെയാണ് ഇക്കവി വരച്ചുകാട്ടുന്നത്.

രംനേഷിന്റെ കവിതകൾക്ക് 'നല്ല കവിത'യുടെ ഗരിമയുണ്ടോ? അത് ഓരോ വായനക്കാരന്റെയും അഭിരുചിയ്ക്കനുസരിച്ച് നിർണ്ണയിക്കപ്പെടുന്നതാണ്. 'നല്ല കവിത' എന്നതിന് എല്ലാകാലത്തേക്കുമുള്ള സ്ഥായിയായ നിർവ്വചനം എന്നത് സൗന്ദര്യശാസ്ത്രത്തിലെ അശാസ്ത്രീയതയായിരിക്കും. പരമ്പരാഗത ലാവണ്യ സങ്കല്പമല്ല പുതുകവിതകളുടെ വഴി. കാലത്തെ വെല്ലുന്ന ശക്തിയായി, ചരിത്രഗാഥകളായി മാറുന്നതാണ് ഈ സമാഹാരത്തിലെ കവിതകൾ എന്നൊക്കെ വിലയിരുത്തുന്നത്, ന്യൂജെൻ ഭാഷയിലെ 'തള്ളലാ'കും, പക്ഷെ ബാഹ്യമായ ഒരു ജ്വലനം രംനേഷിന്റെ കവിതകളിലുണ്ട്.

ഞാൻ എന്റെ ദേശീയത നിർവ്വചിക്കുന്നു

തലതിരിച്ച് കെട്ടിയാൽ
പോലീസുപിടിക്കാൻ
എനിക്കൊരു പതാക വേണം.
എഴുന്നേറ്റ് നിൽക്കാത്തതിന്
ക്രൂശിക്കപ്പെടാനൊരു ദേശീയ ഗാനം.

തലയില്ലാതെ വരച്ചാൽ തലയുരുളാൻ
എനിക്കൊരു ഭൂപടം വേണം.
രാജ്യദ്രോഹത്തിന്
നാടുകടത്തപ്പെടാൻ
ഒരു അയൽരാജ്യം.

എന്നെപ്പോലെ ഉണ്ണാനും
എന്നെപ്പോലെ ഉടുക്കാനും
എന്നെപ്പോലെ ഉറങ്ങാനും കഴിയാതെ,
ജീവിതത്തിന്റെ നടുപ്പുറത്ത്
അടിയേറ്റവരെ കാണുമ്പോഴാണ്
എന്റെ രാജ്യത്ത് എത്ര പാകിസ്ഥാനുണ്ടെന്ന്
മനസ്സിലാകുന്നത്.

നിശബ്ദരാകൂ...
അവർ ദേശീയ ഗാനം മുഴക്കുന്നു.
ഇത് കലാപത്തിന്റെ നാലുമണി.
നമുക്ക് കുട്ടികളായി വീട്ടിലേക്കോടാം.
അതുമല്ലെങ്കിൽ നമുക്ക്
നമ്മുടെ ശവം ചുമക്കേണ്ടിവരും.
അവരോട് ആംബുലൻസിന്
യാചിക്കേണ്ടിവരും.

75

എഴുപത്തിയഞ്ച്,
പല്ലുകൾ
കൊഴിഞ്ഞുപോകുന്ന പ്രായമാണ്.
അതുകൊണ്ടവർ
'പച്ചക്കറി'മാത്രം
തിന്നുവാൻ കല്പിക്കുന്നു.

പച്ചയിറച്ചിയിൽ
തുളച്ചുകയറുവാൻ
മുളച്ച കോമ്പല്ലുകൾ
തുടച്ചുനക്കുന്ന
മാംസഭോജികൾ.
ഏതു പ്രായത്തിലാണ്
ദംഷ്ട്രകൾ
കൊഴിഞ്ഞുപോകുന്നത്.

മരണവെളിച്ചം

ഇത് മരിച്ചവരുടെ
മാർച്ച്പാസ്റ്റല്ല.

ഇത് പരാജിതരുടെ
രേഖാചിത്രവുമല്ല.
ഇവ പോരാട്ടത്തിന്റെ
ബഹുവചനങ്ങളാണ്.
അതിജീവനത്തിന്റെ
പര്യായങ്ങൾ.
ഇവർ നിശബ്ദതയുടെ
ഇരുട്ടിലേക്ക്
മരിച്ചുവരുന്ന വെളിച്ചം.
പ്രതിരോധത്തിന്റെ ലിപിയിലെ
ആദ്യാക്ഷരത്തിന്റെ രൂപത്തിൽ
മരിച്ചുകിടക്കുന്നവൾ.

(ഗൗരിലങ്കേഷിന്)

ബയോമെട്രിക്

വോട്ടേഴ്സ് ഐഡി
ആധാറുമായും, ആധാർ
ബാങ്ക് അക്കൗണ്ടുമായും,
ബാങ്ക് അക്കൗണ്ട്
ഫോൺ നമ്പരുമായും
ബന്ധപ്പെടുത്തി വരുന്നവഴി
അരിവാങ്ങാൻ റേഷൻഷാപ്പിൽ
വരിനിൽക്കുമ്പോൾ
തള്ളവിരൽ തെളിയുന്നില്ല.
തലയ്ക്കുരയ്ക്കുവാൻ ഷാപ്പുടമ,
ഉരച്ചുരച്ച് വിരൽ കരിഞ്ഞു.
ചൂണ്ടുവിരൽ എടുക്കാതെവച്ച് തുരുമ്പിച്ചിരുന്നു.
നടുവിരൽ, നമസ്കാരത്തിന്
തന്നെ തികയുന്നില്ല.
മോതിരവിരൽ മാത്രമാണ്
അവൾക്ക് കൊടുത്തത്.
ചെറുവിരൽ അനക്കാനാവുന്നില്ല.
അപ്പനും അപ്പൂപ്പനും
വരിനിന്നിരുന്ന അതേ
മരപ്പലവാതിലുള്ള റേഷൻകടയിൽ
പരിചയം പുതുക്കാനാവാത്ത
പുതുതലമുറ യന്ത്രത്തിനു
മുന്നിൽ ഞാൻ
അരിയും ഒടിപിയും
കാത്തിരിക്കുന്നു.

കാടുവിട്ടവർ

സമയത്തോട് സമയം
ഈച്ചയാർക്കാത്ത
പച്ചയിറച്ചിയും
ഉച്ചവേനൽച്ചൂട്
കരിച്ചുണക്കുവാൻ
യന്ത്രമഴപ്പെയ്ത്തും
വരിവരിയായ്
വന്നുപോകുവാൻ
കാഴ്ച്ചക്കാരേയും
തന്നിട്ടും, ആറിന്
അടച്ചിടുന്ന 'സൂ'വിന്
പകരം കടുവ കാട്
സ്വപ്നം കാണുന്നു...
നഗരവെട്ടത്തിന്റെ
ഇരുട്ടിലിരുന്ന്
ഞാനെന്റെ വീട്
തിരയുംപോലെ.

തിരസ്കൃതർ

എല്ലാ അച്ചുകൂടങ്ങളും
പുരാവസ്തുവാകും
എല്ലാ അച്ചടിശാലകളും
നിശബ്ദമായി തുരുമ്പിക്കും
ഏകാധിപതികളായ
എല്ലാ എഡിറ്റർമ്മാരും
തിരിച്ചയക്കപ്പെട്ട
അക്ഷരങ്ങളിലൂടെ
ഒളിച്ചോടും.

പെറാന്നൊമ്പരം

നിനക്ക്
വേദനിക്കുന്നതിനാലാണ്
അവൾ കരഞ്ഞ്
പിറക്കുന്നത്.
കയ്യിലപ്പോഴും
ചുറ്റിപ്പിടിക്കുന്നുണ്ട്
ഒരു ചുവന്ന
പൊക്കിൾ'ക്കൊടി'

ഡിജിറ്റൽ റീസർവ്വേ

1952ൽ അച്ഛൻ ജനിച്ച
അതേ മാസമാണ് അച്ഛാച്ചൻ
പറമ്പിന്റെ അതിരിനോട് ചേർന്ന്
വീണ്ടും കൈപ്പ വിത്തിറക്കിയത്.
1969ലെ പേരറിയാത്ത
ഏതോ മാസമാണ്
വടക്കേമൂലക്കെ
വരിക്കപ്ലാവ് മുറിച്ച് വിറ്റ്
അച്ഛാച്ചൻ അച്ഛന്
ടൈംടേബിൾ കാർഡിന്
പണമൊപ്പിച്ചുകൊടുത്തത്.
ടൈംടേബിൾ കാർഡ്
ഉസ്കൂളീന്ന് ഫ്രീ കൊടുക്കുന്നതാന്ന്
തുത്തിരിയന്റെ ചായപ്പീട്യേന്ന്
രാഘേലാംമ്മാഷ് പറയുമ്പൊ
അച്ഛാച്ചൻ ബോധംകെട്ട് വീണത്
പിന്നെയും മാസങ്ങൾ കഴിഞ്ഞാണ്.
എൺപതുകളുടെ
ഉത്തരാർദ്ധത്തിലെപ്പോഴോ
വർഷവും മാസവുമറിയാത്ത
ഒരുദിവസമാണ് രണ്ടാമത്തെ
മകൻ ശേഖരൻ നാടുവിട്ടത്.
ശേഖരൻ തെക്ക് കിഴക്ക്
ദിശയിലെ ക്ഷേത്രങ്ങളിലൂടെ
സഞ്ചരിക്കുന്നുണ്ടെന്ന്
വയറ്റിപ്പിഴപ്പിന് വീട്ടിൽക്കയറി വന്ന

കാഷായ വേഷക്കാരൻ
തട്ടിവിട്ടത് കേട്ട്
തപ്പാനിറങ്ങിയപ്പോഴാണ്
മൂന്നാമത്തെയും നാലാമത്തെയും
ആൺമക്കൾ ആദ്യമായി
പാന്റുടുക്കുന്നത്.
1992ലെ ഒരു തണുത്ത മാസം
അച്ഛാച്ചൻ എടത്താൾപ്പിലെ
ചുടലയിൽ ചുരുണ്ടുകൂടി
ഉറക്കം തുടങ്ങിയത് മുതലാണ്
ഇളയമകൾ, മച്ചിന്റെ മോളിലെ
എലി പരമ്പരകൾക്കൊപ്പം
നടത്തം അകത്തും
അട്ടത്തും മാത്രമാക്കിയത്.
മുറിച്ചുമുറിച്ച് പ്ലാവ് തീർന്നും,
ചതിച്ച് ചതിച്ച് തെങ്ങ് തീർന്നും
തരിശായ പറമ്പിന്റെ
അതിര് കാണാത്തതാണ്
2021ലെ വിശേഷം.
അച്ഛാച്ചന്റെ കാലക്കേടിന്
അന്ന് മുളയ്ക്കാതെ
മണ്ണിനടിയിൽ ഒളിച്ചിരുന്ന
ഒരു കൈപ്പവിത്തിലേക്കിന്ന്
വംശാവലി കാത്തിരിക്കുന്നു.

ഫിലിസ്റ്റിനുന

നീ ഊറ്റംകൊള്ളുന്ന
ഭീരുത്വത്തിന്റെ റഡാറുകളെല്ലാം
കുഞ്ഞുങ്ങളുടെ ചോരതെറിച്ച്
എന്നെന്നേക്കുമായി നിശ്ചലമാകും

വീണുപൊട്ടേണ്ട ബാല്യത്തിൽ
തലച്ചോർ പിളർന്ന
കുഞ്ഞുങ്ങളുടെ പ്രേതങ്ങൾ
നിന്റെ തലയോട്ടിയുമായി
ഗാസായിലൂടെ പ്രകടനം നടത്തും

നിന്റെ തലയോട്ടിയുടെ
ശൂന്യതയിൽ, നീ കയ്യേറിയ
അവരുടെ മണ്ണ് നിറയ്ക്കും
അതിലവരൊരു ഒലീവുമരം നടും

നിന്റെ ചതിയുടെ ഒലീവ് മരമല്ല
അവരുടെ പോരാട്ടത്തിന്റെ
ചരിത്രം!

(പലസ്തീനിലെ കുഞ്ഞുങ്ങൾക്ക്)

ബൂൽഗാർഗിലേക്കുള്ള എല്ലാവഴികളും അടയുമ്പോൾ

പുലർച്ചെ
ഒരു കമ്പളത്തിനുള്ളിൽ
തണുപ്പിനെക്കൊന്ന്
കിടക്കുമ്പോൾ
നിന്റെ ചിതയിൽ നിന്ന്
പൊള്ളലേറ്റ് ഞെട്ടുന്നു.
മരവിച്ച നിന്റെ തണുപ്പിൽ
നിന്ന് തീപ്പടർന്ന്
നെറ്റി വിയർക്കുന്നു.
ബുൽഗാർഗിലേക്കുള്ള
എല്ലാവഴികളും അടയുമ്പോൾ,
അറുത്തുമാറ്റപ്പെട്ട നിന്റെ നാവ്
ഒരു പത്രപ്രവർത്തകയായി
അധികാരികളോട് ചോദ്യം ചോദിക്കുന്നു.

ഠാക്കൂറുകളുടെ
'വെളുത്ത ബീജത്തിന്'
അവർക്ക് തെളിവുകളില്ല.
നിന്റെ 'കറുത്ത കണ്ണീരിനും'
ചുവന്ന ചോരയ്ക്കും
ഞങ്ങൾക്ക് തെളിവുകളുണ്ട്.

(ഹത്‌റാസിലെ പെൺകുട്ടിക്ക്)

ഒ'റ്റു'

രാഘോലാംമ്മാഷേ...
ഇന്ത്യേന്റെ വേറെക്കളറ്
കൊടിയിണ്ടാ?
എന്റെ സ്വാതന്ത്ര്യത്തിന്റെ
നിറമ്മാറിയിരിക്കുന്നു.
(ഘോരക്പൂരിൽ ശ്വാസം നിഷേധിക്കപ്പെട്ട കുഞ്ഞുങ്ങൾക്ക്)

ചാവേറുകൾ

ചുംബനങ്ങളുടെ
പ്രത്യയശാസ്ത്ര
പ്രതിസന്ധിക്കിടെ
ചുണ്ടിന് ചുണ്ടെന്ന്
ഞാൻ തീസീസിറക്കിയതും,
നമ്മുടെ പ്രണയ
സമ്മേളനങ്ങൾ
രക്തരൂക്ഷിതമായതും,
നഷ്ടപ്പെടലിന്റെ
പോലീസ് സ്റ്റേഷനുകൾ
അക്രമിച്ചതും
വേർപിരിയലിന്റെ
സായുധ സേനയ്ക്കരികെ
ചാവേറായ് പോയതും
ഗൂഢാലോചനയ്ക്ക്
പിടിക്കപ്പെട്ടതും
പ്രിയപ്പെട്ടവളേ...
മറ്റൊരർദ്ധരാത്രിയിൽ
നമുക്കിടയിൽ
സ്വാതന്ത്ര്യം പിറക്കാനാണല്ലോ.

ഒരു ദരിദ്ര പ്രേമത്തിന്റെ വിനോദസഞ്ചാരങ്ങൾ

പരസ്പരം കെട്ടിപ്പിടിച്ച് നമ്മൾ
ഗേറ്റ് വേ ഓഫ് ഇന്ത്യയിലെ
പ്രാവുകൾക്ക് തീറ്റ കൊടുത്തിട്ടില്ല.
നമുക്ക് പശ്ചാത്തലമായി
അവ പറന്നു പൊങ്ങിയിട്ടുമില്ല.
കന്യാകുമാരിയുടെ ഉദയവും
അസ്തമയവും കണ്ടിട്ടില്ല.
ഡൽഹിയിലെ
തകർന്ന സാമ്രാജ്യങ്ങളുടെ
ശവപ്പറമ്പിലൂടെ
നാം ഒഴിവുദിനങ്ങൾ
നടന്നുതീർത്തിട്ടില്ല.
കാശ്മീരിന്റെ തണുപ്പും
താജ് മഹാളിന്റെ
പ്രേമവും കണ്ടിട്ടില്ല.
തലയും ഉടലും മൂടിയ
ചൂടുകുപ്പായമിട്ട ഒരു ഫോട്ടോയും
നമ്മുടെ ശേഖരത്തിലില്ല.
ടിക്കറ്റെടുക്കാതെ കയറിയ തീവണ്ടിയിലെ,
തിങ്ങിനിറഞ്ഞ
ഒരു കംപാർട്ട്മെന്റിൽ വച്ച്
ഞാൻ നിന്റെ പൊക്കിളിൽ
ചുംബിക്കുകയായിരുന്നു.

സ്വാതന്ത്ര്യവളവ്

ഭഗവതി വളപ്പിലെ തങ്കക്ക്
അഞ്ചുറുപ്യക്ക് സഞ്ചിനെറച്ചും
മത്തി തൂക്കിക്കൊടുത്ത്
മീങ്കാരൻ ഔവ്ക്കറ്ക്ക
എല്ലാമോന്തിക്കും നീട്ടിക്കൂവുന്നത്
ഒരേവളവിൽ വച്ചായിരുന്നു.
വെളക്കുവച്ചാക്കൂവരുതെന്ന്
പിറുപിറുക്കുന്ന കുഞ്ഞാതിക്ക്
മീന്തല മുളകിട്ടുവച്ചാലെ
നാക്കിന് ചേപ്പുണ്ടാവു.

ലോകകപ്പ് ഫൈനലിൽ
ബ്രസീല് ജർമ്മനിയെ
ഏകപക്ഷീയമായ രണ്ട് ഗോളിന്
തോൽപ്പിച്ച ഒരു ഞായറാഴ്ച,
വയലിലെ വീട്ടിൽ
കാർത്തു ഗുരുവായൂരിൽ
തൊഴാൻപോയ അതേദിവസം,
കുറുക്കൂട്ടിക്കൊളത്തിൽ
നനക്കാൻപോയ അന്നാമ്മേം മോളേം
വളവിലെപ്പാലത്തിൽ എടുത്തുകിടത്തുമ്പോഴും
ജീവൻപോയിട്ടില്ലായിരുന്നു.

കാർത്തു തൊഴാമ്പോയില്ലായിരുന്നേൽ
അന്നാമ്മ നേരത്തേ പോകൂലായിരുന്നെന്ന്
കൂടിനിന്നവർ അടക്കംപറഞ്ഞതും
അതേ വളവിൽവച്ചായിരുന്നു.

ഏറ്റവുമൊടുവിൽ
വളവിലെപ്പാലത്തിൽവച്ച് നടന്നത്
കുഞ്ഞിപ്പെണ്ണിന്റെ
കല്യാണത്തലേന്നത്തെ
ഫോട്ടോഷൂട്ടാണ്.

മേസ്തിരി പപ്പനും
കൈപ്പണിക്ക് കൂടുന്ന ചന്ദ്രിയും
ലോഹ്യത്തിലാണെന്ന വാർത്ത
വളവിലെപ്പാലത്തിൽ പടർന്നിട്ട്
അന്നേക്ക് വർഷം പതിനൊന്നായിരുന്നു.

ഭർത്താവുമായിപ്പിണങ്ങിയ
വലിയേടത്തെ ശാന്ത അതിനോടകം
വളവിലെപ്പാലംവഴി ഇറങ്ങിപ്പോയതിന്റെ
ഇരുപതുവർഷം ആഘോഷിച്ചിരുന്നു.

പ്രതിഷേധ യോഗങ്ങളുടെയും
പന്തംകൊളുത്തി പ്രകടനങ്ങളുടേയും
ഐക്യദാർഢ്യ സമ്മേളനങ്ങളുടെയും
കേന്ദ്രമായി വളവിലെപ്പാലം നിലകൊണ്ടിട്ട്
അതിലേറെപ്പതിറ്റാണ്ടുകളായിരിക്കുന്നു.

കുഞ്ഞിപ്പെണ്ണിന്റെ 'ദുരൂഹമരണം'
അന്വേഷിക്കാനെത്തിയ
സ്ഥലം എസ്ഐ വഴിചോദിച്ചതും
വളവിലെപ്പാലത്തിൽ വച്ചാണ്.

നേരെപോയി വളവ് തിരിഞ്ഞാൽ
ആരോടുചോദിച്ചാലും
വീട് കാട്ടിത്തരുമെന്ന് വിളിച്ചുപറയുന്ന
കണാരേട്ടന്റെ കൂറ്റ്
വളവിലെപ്പാലത്തിൽത്തട്ടി പ്രതിധ്വനിച്ചു.

കഴുത്തിൽ 'കെട്ട് മുറുകിയ'
പാടുണ്ടെന്ന് അടക്കംപറഞ്ഞ
വളവിലെപ്പാലം, ഇറങ്ങിപ്പോകാൻ
ഇടമില്ലാത്തവിധം ഇടുങ്ങിപ്പോയെന്ന്
വലിയേടത്തെ ശാന്ത നെടുവീർപ്പെട്ടു.

അമ്മയാകുന്നു

പ്രേമം കൊണ്ട്
കൂർത്ത മുലകൾ
ഭൂമിയെപ്പോലെ
ഉരുണ്ടുകൂടുമ്പോൾ
നീ അമ്മയാകുന്നു.
പാൽ ഞരമ്പുകളിലൂടെ
ഒരു പുഴ കരയുന്നു...

നഷ്ടങ്ങളെക്കുറിച്ച്
രണ്ട് കവിതകൾ

'തീ കാഞ്ഞവർ'
പ്രേമത്തിന്റെ ശൈത്യകാല
തലസ്ഥാനത്തിലേക്കുള്ള
കവാടത്തിന് മുന്നിൽ
ചുണ്ടുകൾ കൂട്ടിയിട്ട് കത്തിച്ച്
തീ കാഞ്ഞു കാഞ്ഞുപോയവരേ
നഷ്ടങ്ങൾക്ക് എത്ര വാരിയെല്ലുണ്ട്!

നഷ്ടഭാണ്ഡം
പലായനത്തിന്റെ രാത്രികൾ
എത്രനക്ഷത്രഭരിതമെങ്കിലും
എടുക്കാൻ കഴിയാതെപോയ
നിന്റെ ചൂടിന്റെ കമ്പളം
നഷ്ടഭാണ്ഡങ്ങളിൽ
കരഞ്ഞു കനക്കുന്നു.

രംനേഷ് പി.വി.

വികസന വിരോധി

ഒരേ കടത്തുവഞ്ചിയിൽ
ഒരുമിച്ചടുത്തിരിക്കുമ്പോൾ
നമുക്കിടയിൽ പാലംവരും
പിന്നെ നാം ഇരുകരയിലെയും
പിടക്കുന്ന മീൻ.

ഒരേ ഇടവഴിയിൽ നിന്ന്
ആഴത്തിൽ ചുംബിക്കുമ്പോൾ
നമുക്കിടയിൽ റോഡുവരും.
പിന്നെ നാം പരസ്പരം
ഏതുകുഴിയിലെന്നന്വേഷിക്കും.

ഒരേയാകാശത്ത് ഒരുമിച്ച്
പറക്കുമ്പോൾ നമുക്കിടയിൽ
വിമാനത്താവളം.
പിന്നെ നാം രണ്ട്
എയർഹോസ്റ്റസുമാരായ്
അപരിചിതരോട്
നമസ്കാരം പറയും.

നമുക്കിടയിൽ മതിലുവളരുമ്പോൾ
നഷ്ടമാകുന്ന ചുംബനങ്ങൾ
ഇരുഭാഗത്തും പായലുകളാവും.

ചുംബിച്ച് തോറ്റവർ

ചുംബനത്തിന്റെ
ഉപോൽപ്പന്നങ്ങൾ
ചൂടും ചോരയുമാണെന്ന്
ഉത്തരമെഴുതുമ്പോഴേക്കും
സമയമവസാനിക്കുന്നു.

അടയാളം

വഴിതെറ്റി
അലയാതിരിക്കുവാൻ
നിന്റെ വളവുകളിൽ
നിന്റെ തിരിവുകളിൽ
നിന്റെ മടക്കുകളിൽ
നിന്റെ ഇടവഴികളിൽ
ഞാനെന്റെ ചുംബനങ്ങൾ
അടയാളം വച്ചിട്ടുണ്ട്.
അതിലൂടെ ഞാൻ
തിരിച്ചുവരും തീർച്ച.

ജീവിത വാർഡ്

എന്റെ ഉറുമ്പരിച്ച
വൃക്കകൾക്ക്
ഉറങ്ങാതെ കൂട്ടിരുന്ന്
എന്റെ പുഴുവരിച്ച
പ്രമേഹപ്പുണ്ണുകൾ
ഊതിക്കെടുത്തി
ഒരു മരുന്ന് കുപ്പിപോലെ
കാലിയാകുവാൻ
വിധിക്കപ്പെട്ടവളോ നീ...

ഉൽപ്പത്തി ചരിത്രം

ജീവിതം നമ്മുടെ
വിലാപങ്ങളുടെ
കൂട്ടിയിടിയിൽ നിന്ന്
ചിതറിത്തെറിച്ച
പാറക്കഷ്ണം.
കണ്ണിലേക്ക്
ഉപ്പുവെള്ളവും
ഹൃദയത്തിനടിയിൽ
ലാവയും രൂപപ്പെട്ട്
ശ്വാസവേഗത്തിൽ
എന്നിൽ നിന്ന്
നിന്നിലേക്ക്
ഭ്രമണം ചെയ്യുമ്പോൾ
പുറംപാളിയിലെ
മഞ്ഞുകാലത്തെ
വിയർപ്പും കിതപ്പുംകൊണ്ട്
നമ്മൾ തീപ്പിടിപ്പിക്കുന്നു.

ഭ്രാന്തിപ്പുഴ

എല്ലാ ഭ്രാന്താശുപത്രികളെയും
അപ്രസക്തമാക്കിക്കൊണ്ട്
എന്റെ ഭ്രാന്ത് എന്നിലേക്ക്
തിരിച്ചുവരുന്ന പോലെ,
ഓരോ വരൾച്ചയ്ക്ക് ശേഷവും
ചുണ്ടുപാലങ്ങൾക്കിടയിലൂടെ
പഴയ ചുംബനങ്ങളിലേക്ക്
ഇരച്ചെത്തുന്ന പുഴപോലെ,
ഓരോ നിശബ്ദതയ്ക്ക് ശേഷവും
എന്നിലേക്ക് തിരിച്ചുവരുന്ന
എന്റെ ഭ്രാന്തിപ്പുഴ നീ...

ഒറ്റക്കോളത്തിൽ കെട്ടിപ്പിടിച്ചവർ

നമ്മളോരോ
വാർത്തകളാണ്
പ്രിയപ്പെട്ടവളേ...

പേരറിയാത്ത ഏതോ
ഖനിയിൽ നിന്നും
പരസ്പരം
കെട്ടിപ്പിടിച്ച നിലയിൽ
കണ്ടെടുക്കപ്പെടുന്ന
രണ്ടസ്ഥികൂടങ്ങൾ.

പകർത്തെഴുത്ത്

എല്ലാ പരീക്ഷകളിലും
തോറ്റുപോയിട്ടും
എല്ലാ മുഖാമുഖങ്ങളിലും
ഉത്തരംമുട്ടിയിട്ടും
നിനക്കഭിമുഖമായി വരുമ്പോൾ
മാത്രം ജയിക്കുന്നത്,
അത്രമേൽ നിന്നെ ഞാൻ
പകർത്തിയെഴുതുന്നതു
കൊണ്ടാണല്ലോ.

ഹാഷ്ടാഗ്

അവസാനത്തെ യാത്രയിലുടനീളം
പാതയിലിരുഭാഗത്തും,
വേദന തിരക്കിയവർ മുതൽ
പിന്നെക്കാണാമെന്ന് ഒഴിഞ്ഞവർ വരെ
നിന്നെക്കുറിച്ചുമാത്രം പിറുപിറുത്തു.
എടത്താൾപ്പിലെ ചുടലയിൽ
നിനക്കുമുമ്പേ പോയവന്റെ
ചാരബാക്കിയിൽ
അവസാനത്തെക്കിടപ്പിൽ
നെറുകെയും കുറുകെയും
വിറകുകൾ വച്ച്
ഒരു ഹാഷ്ടാഗിന്റെ രൂപത്തിൽ
ആരോ മുഖംമൂടുമ്പോൾ
തീയോർമ്മകളിലേക്ക്
അച്ഛൻ വൈറലാകുന്നു.

ടൈംടേബിൾ കാർഡ്

ജീവിതത്തിന്റെ
കണക്ക് പിരീഡുകളിൽ
ക്ലാസിൽ കയറാത്തതിന്
പിഴയടക്കുവാൻ
ശ്വാസം മുറിച്ചുവിറ്റവർ.
അച്ഛൻ തെറ്റിപ്പോയ
ഒരു ടൈംടേബിൾ കാർഡ്.

പാപവിമോചന പത്രിക

മരണത്തിന്റെ
പള്ളിമേടയിൽ നിന്നും
നിറമില്ലാത്ത കാളപ്പുറത്ത്
അവർ ഇറങ്ങി വരുന്നു
കുറ്റങ്ങൾ ഉറക്കെച്ചൊല്ലി
അവർ നിയമം നടപ്പാകുന്നു
ഓർമ്മയുടെ ഏച്ചംകെട്ടിയ കയർ
കഴുത്തിൽക്കുരുക്കി എന്റെ
പ്രാണനെടുക്കുന്നു
നിന്റെ നിറമുള്ള,
നിന്റെ മണമുള്ള,
നിന്റെ മുഖമുള്ള
എന്റെ പാപവിമോചന പത്രിക
അവർ ചോദിച്ചതുമില്ല
ഞാൻ കാണിച്ചതുമില്ല
നീ പക്ഷേ
മോചിതയാവുക തന്നെ ചെയ്തു.

കോഴി

നിന്റെ പൂടയുടുപ്പ്
കീറിയെറിയുന്നു.
ഇനിയും വരാത്ത
നിന്റെ മുലകൾ
നഗ്നമാക്കപ്പെടുന്നു.
ഒറ്റയ്ക്ക് കൂവിയാൽ
നേരം വെളുക്കാത്തയിരുട്ട്
ചിതറിയ തൂവലുകൾ കാട്ടി
കാണികളെ ക്ഷണിക്കുന്നു.

ഇനി നിന്റെ ആഴ്ചയെത്താത്ത
മുട്ടകൾ തിളക്കുന്നയെണ്ണയിലേക്കിടുക,
അവന് നീയൊരു
ബുൾസൈ കൊടുക്കുക.

പ്രമേഹം

നിന്റെ ചിരിയുടെ
ഇരുവൃക്കകളും തകരാറിലായ്.
ഇത്രമേൽ മധുരം
വേണ്ടായിരുന്നല്ലോ.

‘സംഘി’കാല കൃതികൾ!
(ചില പ്രതികാരങ്ങൾ)

കണ്ടെടുക്കപ്പെട്ടവയിൽ,
തിരിച്ചറിയപ്പെട്ടവയിൽ,
പ്രധാനമായും രണ്ടുതരം
എഴുത്തുകൾ.

ഒന്ന്,
മുകളിൽ നിന്നും താഴേക്ക്
കുത്തനെ,
തൂങ്ങിച്ചത്തവനെപ്പോലെ
ഇരുണ്ട അക്ഷരങ്ങൾ.

വൃത്തത്തിലല്ല, നീളത്തിൽ!
തൂങ്ങിച്ചത്തവനെപ്പോലെ.
വൃത്തത്തിലല്ല. അർത്ഥത്തിൽ.

മറ്റൊന്ന്,
അവിടവിടായി ചിതറിത്തെറിച്ച
ചോരത്തുള്ളികൾ പോലെ
നെറുകെയും കുറുകെയും
ചുവന്ന അക്ഷരങ്ങൾ.

ചില ഭാഗങ്ങൾ
വടിവാളിൽ നിന്നും
ചിലത് തോക്കിൻ കുഴലിൽ നിന്നും
ചിലത് നിശബ്ദമായ

നിലവിളികളിൽ നിന്നും
കണ്ടെടുക്കപ്പെട്ടവ.

ഈയിടെയൊന്നിൽ
എഴുത്തുകളൊന്നുമില്ലാതെ,
ഇടവിട്ട് കഴുത്തുകൾ മാത്രം.
വൃത്തത്തിലല്ല...
നെറുകെയും കുറുകെയും
അർത്ഥത്തിൽ

മനുഷ്യരുടെ ചിലപ്രതികാരങ്ങൾ.
'സംഘി'കാല കൃതികൾ..

അവസാനത്തെ ഒളിച്ചോട്ടം

എന്റെ
ആറടിക്കുഴിയിൽ
നിന്നെ ഞാൻ
കട്ടെടുക്കും
കണ്ട് കൊതിതീരുംവരെ
ഞാനവിടെ
ചത്തു കിടക്കും.

രാജധാനി

നിർത്താതെ
പോകുന്ന തീവണ്ടീ
ഞാൻ രണ്ടാം ക്ലാസാണെന്ന്
നീയുമെന്തിന് കൂക്കി വിളിക്കുന്നു.

മഷിതീർന്ന നേരത്തെ കവിത

നീ എന്റെ മഷിതീർന്ന
നേരത്തെ കവിതയാകുന്നു..
എഴുതാനാവില്ലെങ്കിലും
അറിയാവുന്ന കവിത.

രംനേഷ് പി.വി.

രണ്ട് പലായനങ്ങൾ

യുദ്ധകാലത്ത്

ഹൃദയവും ഹൃദയവും
കൈകോർത്തടച്ച
ഇടനാഴിയിൽക്കൂടി
ഒരു വെടിയുണ്ട
തിരികെ തോക്കിലേക്ക്
പലായനം ചെയ്യുന്നു.

ക്ഷാമകാലത്ത്

പഴയ
ചുംബനങ്ങൾക്കിടയിൽ നിന്നും
ഒരു നനവ്
തിരികെ ചുണ്ടിലേക്ക്
പലായനം ചെയ്യുന്നു.

ചിത്രത്തിലില്ലാത്തവർ

ചരിത്രം നിറയെ
ആരും കാണാതെ പോയവന്റെ
കണ്ണുകളാണ്,
അവിടെയാണ്
ഒരിക്കലും വറ്റാത്ത പുഴ.

കർഫ്യൂ

ഞാനിന്നൊരു
ദുരന്തഭൂമിയായത് കാണുക.
ഈ തകർന്ന ഭൂപടം കാണുക,
ഉപേക്ഷിക്കപ്പെട്ട കല്ലുകൾക്കിടയിലൂടെ
ചോരയൊഴുക്കിന് കാതോർക്കുക.
എന്റെ പ്രതീക്ഷയുടെ
കബന്ധങ്ങൾ കാണുക,
എന്റെ സ്വപ്നങ്ങളുടെ
ശവങ്ങൾ പരതുക.
എന്റെ ഒഴിഞ്ഞ കീശക്ക് ചുറ്റും
ഈച്ചയാർക്കുന്നത് കാണുക,
ഇനി എന്നിലൂടെ
മൂക്കുപൊത്തി പോവുക.

ഗ്രഹണ സമയത്ത്

സത്യത്തിൽ നീ എന്നെയും
ഞാൻ നിന്നെയും
വലം വച്ചിട്ടുണ്ട്,
സ്വയം കറങ്ങി നാം
ഒരേ രാപ്പകലുകൾ
അനുഭവിച്ചിട്ടുണ്ട്,
പരിക്രമണത്തിലെ
ഋതുഭേദങ്ങളെ
ആഘോഷിച്ചിട്ടുമുണ്ട്.
ഗ്രഹണ സമയത്ത്
എനിക്കും നിനക്കുമിടയിൽ
മൗനത്തിന്റെ നിഴൽ.
ഇലയനങ്ങാതെ,
കിളികൾ പാടാതെ,
നേരമനങ്ങാതെ,
കാലമറിയാതെ
എനിക്കും നിനക്കുമിടയിൽ
മൗനത്തിന്റെ മഹാനിഴൽ.

ചാർവാകനിസം

ഇല്ല സ്വർഗ്ഗവും
ഇല്ല നരകവു
മെന്നാകിലും
ഇനിയില്ല ജന്മ
മെന്നാകിലും
ഉണ്ടായിരുന്നു ഹൃദയത്തിൽ
മരണമില്ലാത്തതായ്
നീയെന്നു ചൊല്ലി ഞാൻ
ചാർവാകനെ
ശരിവയ്ക്കുന്നു.

ജനാധിപത്യം

ജനം ക്ഷീണിതരാണ്
അതുകൊണ്ട്
എല്ലാ ഇലക്ഷനിലും
ചിലർ കുഴഞ്ഞു വീണ്
മരിച്ച് പ്രതിഷേധിക്കും.

നീയനുഭവം

നിന്നിലേക്കുള്ള
ഇടവഴിയിൽ വച്ചാണ്
ആദ്യമായെന്നെ
പാമ്പുകടിച്ചത്,
എന്നിലേക്കുള്ള നിൻ
പെയ്ത്തിനോടൊ
പ്പമാണിടി വെട്ടേറ്റത്.
തല പൊട്ടിത്തെറിക്കുമ്പൊഴും
കടികൊണ്ട കാലിൽ
വ്രണം പൊട്ടുമ്പൊഴും
അടുത്ത കടി
ഹൃദയത്തിനുള്ളിലും
അടുത്ത ഇടി
ഹൃദയത്തെയാകെയും,
അതുമല്ലെങ്കിൽ
നീ ചുംബിച്ചിടം കരിച്ച്
എന്നെ മുഴുവനായ്
ചാരമാക്കുവാൻ...

ഭ്രാന്തൻ

യുദ്ധം തുടങ്ങുന്നു
ഒരാൾ ആയുധശാല
തുറക്കുന്നു
അതു കഴിഞ്ഞുള്ള
സമാധാനമോർത്തൊരാൾ
ചിരിക്കുന്നു.

പ്രതികാരം

ഞാൻ കത്തിയ
വെണ്ണീർവളത്തിൽ
ഞാൻ പൊഴിച്ച
കണ്ണീർത്തടത്തിൽ
നിന്റെ പേരിട്ട്
ഞാനൊരു
ശവംനാറി നടും,
അവസാനത്തെ
സമ്പാദ്യം കൊണ്ട്
ഞാനൊരു വസന്തം
വിലക്കെടുക്കും,
പേരുദോഷം കൊണ്ട്
മൂത്തുനരച്ച നീ
മരിച്ച എന്നെ
കെട്ടുംവരെ
വാടാതിരിക്കാൻ.

പ്രേമം ജയിച്ച പരീക്ഷകൾ

നീ
എനിക്ക്
സമ്മാനിച്ച
മത്തങ്ങാ ചിത്രമുള്ള
ഉത്തരക്കടലാസിനെ
അച്ഛനറിയാതിരിക്കാൻ
ഞാൻ മച്ചിൻമുകളിൽ
ജീവപര്യന്തത്തിനയച്ചു.
ചിതലുകളുടെ കോടതി
ഇന്നതിന്
ദയാവധം നൽകുന്നു.

ഹൃദയത്തിന്റെ ഉച്ചഭാഷിണിയിൽ നിന്നും

അവർ മാംസം സൂക്ഷിച്ചിട്ടുണ്ട്.
സ്നേഹത്തിന്റെ മൃതദേഹം.
തല്ലിക്കൊല്ലുക...

മാർക്സും മാവോയും ഞാനും

പ്രഭാതങ്ങളിൽ
എനിക്ക് താടിവളരും.
അകത്ത് മരിച്ച്കിടക്കുന്ന
എന്റെ സ്വപ്നങ്ങളുടെ
ശവപ്പെട്ടിക്കായി
ഞാൻ കാത്തിരിക്കും.
ആരാണ് എനിക്കൊരു
'പെന്നി' അയച്ചുതരിക?

വൈകുന്നേരങ്ങളിൽ
എനിക്ക് നെറ്റികയറും,
ചിന്തകളുടെ തോക്കിൻ
കുഴലിലൂടെ
അജ്ഞാതമായ ഒരു മൗനം
ലോങ്ങ്മാർച്ച് നടത്തും.

രാത്രിയിൽ
ഒരു പ്രച്ഛന്നവേഷ
മത്സരത്തിൽ
എന്റെ മുഖംമൂടിയണിഞ്ഞ്
ഞാൻ പരാജയപ്പെടും.

അന്യഗ്രഹജീവികൾ

അനന്തകോടി
പ്രകാശവർഷങ്ങൾക്കപ്പുറം
ഭാഷ കണ്ടുപിടിക്കാത്ത
ഏതോ ഗ്രഹത്തിൽ നിന്നും
അവർ നമ്മെ നിരീക്ഷിക്കുന്നു.
കുഴിമാടത്തിലിരുന്ന് നമ്മൾ
കെട്ടിപ്പിടിക്കുമ്പോൾ
ജീവൻ കണ്ടെത്തിയെന്ന്
അവർ ആഹ്ലാദിക്കും.
വിയർപ്പിൽക്കുളിച്ച്
നാം നനയുമ്പോൾ
നദിയൊഴുകിയിട്ടുണ്ടെന്ന്
അവർ അനുമാനിക്കും.
കിതപ്പുകളുടെ
ഉപഗ്രഹചിത്രം കണ്ട്
കാറ്റുണ്ടെന്ന് സ്ഥിരീകരിക്കും.
കുഴിമാടത്തിലിരുന്ന് നമ്മൾ
ചുംബിക്കുമ്പോൾ
ദ്രവ്യത്തിന്റെ ഏറ്റവും പുതിയ
അവസ്ഥയെക്കുറിച്ച്
ചൂടുള്ളൊരു വാർത്ത പരക്കും.

പ്രക്ഷോഭത്തിന്റെ ഉന്നതഘട്ടം

ഏതോ ഒരു സമരത്തിലെ
കണ്ണീർവാതക പ്രയോഗത്തിനിടെ
ചിതറിയോടപ്പെട്ടവരെപ്പോലെ
നമ്മുടെ സ്വപ്നങ്ങൾ
ഈ തെരുവ് വിജനമാക്കുന്നു.
കല്ലുകൾ, കബന്ധങ്ങൾ
ഉപേക്ഷിക്കപ്പെട്ട ചെരുപ്പുകൾ.

നമ്മുടെതന്നെ അഭയാർത്ഥി
ക്യാമ്പിലേക്കുള്ള
ഭക്ഷണവണ്ടിക്ക് മുകളിലിരുന്നാണ്
നമ്മളിപ്പോൾ പ്രേമിക്കുന്നത്.
എന്റെ ഒഴിഞ്ഞ കീശക്കുള്ളിൽ
വെടിയൊച്ച.
കൂട്ടംകൂടിനിന്ന നമ്മുടെ
ചുംബനങ്ങൾക്ക്
കാലത്തിന്റെ കർഫ്യൂ.

ശേഷക്രിയ

ഉറ്റവരില്ലാത്തവന്റെ
ശേഷക്രിയ പോലെ
അനാഥമാക്കപ്പെട്ട
സ്വപ്നങ്ങൾ
അജ്ഞാതരാൽ
അടക്കംചെയ്യുന്നു.
അടിയൊഴുക്കിൽ
ഞാൻ മൂന്നുതവണ
മുങ്ങിമരിക്കുന്നു.

തീ തൊടുമ്പോൾ

നീയുള്ളപ്പോഴാണ്
എനിക്ക് തീപ്പിടിക്കുക.
അപ്പോഴാണ് ചൂടേറ്റെന്റെ
വിത്തു പൊട്ടുക.
നീയില്ലാത്തപ്പോൾ
ഞാനൊരു നനഞ്ഞ
വിറകുകൊള്ളിയാണ്.
എന്റെ ശവദാഹത്തിന്
വന്നവരുടെ കൂട്ടത്തിൽ
നീയില്ലേയെന്ന് അക്ഷമയോടെ
ഞാനന്വേഷിക്കും.
മരണത്തിന്റെ ക്ഷീണത്തിൽ
എനിക്ക് വരാൻ
കഴിഞ്ഞെന്നുവരില്ല.
പരിണിത പ്രജ്ഞനായ
ഒരു ബലിക്കാക്കയോട്
ഞാൻ ചോദിക്കും.
പിതൃക്കളുടെ
ഉപ്പും ചോറും തിന്നവൻ
കള്ളം പറയില്ല.

ബീറ്റാഡീൻ

മുറിവുണങ്ങുന്നില്ലാ
തുളവീണ അസ്ഥിയുടെ
ഗർത്തങ്ങളിൽ നിന്ന്
നോവിന്റെ ലാവകൾ.

മോക്ഷം

അനാദിയിലെ
വനാന്തരങ്ങളിൽ
നിന്നുത്ഭവിക്കുന്ന നിന്റെ
ചുവന്ന പുഴയിൽ
മുങ്ങിയല്ലാതെ
മറ്റൊരു മോക്ഷവും വേണ്ട.

നിലച്ച ക്ലോക്കുകൾ നന്നാക്കരുത്

അനാദിയിലെ
ഏതോ നിമിഷത്തിൽ
മറന്നുവെച്ച ശ്വാസം
തേടിയുള്ള യാത്രയിലാണ്
ഘടികാരങ്ങൾ.
എട്ടിന്റെ വളവുകളിലോ
പതിനൊന്നിന്റെ
പാലത്തിനടിയിലോ
നാലിന്റെ ചെങ്കുത്തായ
ചെരിവുകളിലോ വച്ച്
അവ കണ്ടെടുക്കപ്പെട്ടേക്കാം.
അതോടെ അവ നിലയ്ക്കുന്നു.

സ്വപ്നങ്ങളിൽ നിന്നാണ് മനുഷ്യനുണ്ടായത്

നമ്മുടെ
ശ്വാസോച്ഛ്വാസങ്ങൾ
അതിവേഗത്തിലാകുമ്പോൾ
നമ്മുടെ കുഞ്ഞ്
ഒരു കൊടുങ്കാറ്റാണെന്ന്
ഞാൻ സ്വപ്നം കാണുന്നു.

ചുണ്ടോട് ചുണ്ടുചേർക്കുമ്പോൾ
നമ്മുടെ കുഞ്ഞ്
ഒരു ചുവന്ന പുഴയാണെന്ന്,

നിന്റെ മുടിയിലേക്ക്
വഴുതി വീഴുമ്പോൾ
നമ്മുടെ കുഞ്ഞ്
ഒരു പട്ടുനൂൽപ്പുഴുവാണെന്ന്,

നിന്റെ കണ്ണുകളിലേക്ക്
ഊളിയിട്ടിറങ്ങുമ്പോൾ
നമ്മുടെ കുഞ്ഞ്
മത്സ്യമായ് നീന്തുന്നുവെന്ന്,

നിന്റെ പൊക്കിൾച്ചുഴിയിലൂടെ
ഊർന്നിറങ്ങുമ്പോൾ
നമ്മുടെ കുഞ്ഞ്
ഒരു കുഴിയാനയെപ്പോലെ,

വനാന്തരങ്ങളിലൂടെ
കുതിച്ചുപായുമ്പോൾ
നമുക്ക് ഒരു
കടുവക്കുഞ്ഞാണെന്ന്,

നമ്മളിലൂടെ രേതസ്സിന്റെ
അരുവിയൊഴുകുമ്പോൾ
നമ്മുടെ കുഞ്ഞ്
ഒരു പുള്ളിമാനെപ്പോലെ
മുഖംനോക്കാനെത്തുന്നു,

ഒന്നിന് മേലെ
ഒന്നായി നാം
കിതച്ചുറങ്ങുമ്പോൾ
സ്വപ്നങ്ങളിൽ നമുക്കൊരു
മനുഷ്യക്കുഞ്ഞ് പിറക്കുന്നു.

ഓഷ്‌വിറ്റ്സിലെ അസ്ഥികൂടങ്ങൾക്ക് ഇന്ത്യയിൽ നിന്ന്

ഇന്നീ തെരുവുകളിൽ ചിതറുന്ന രക്തം
വരാനിരിക്കുന്ന ഗ്യാസ് ചേംബറുകളുടെ
വാതിലുകളടച്ച് സീലുവയ്ക്കുന്നു.

മുതുകുകളിൽ ലാത്തിവീഴുമ്പോൾ
ഉയരുന്ന മുദ്രാവാക്യങ്ങൾ
ശ്വാസംകിട്ടാതെ പിടയുമ്പോളുയർന്ന
നിശബ്ദതയെ മായ്ച്ചുകളയുന്നു.

അജ്ഞാതരായ അസ്ഥികൂടങ്ങളുടെ
മാംസക്കഷ്ണങ്ങൾ പ്രക്ഷോഭകാരികളുടെ
കൈയിലെ തീപ്പന്തങ്ങളിലൂടെ
വിമോചനത്തിലേക്ക് വെളിച്ചംവീശുന്നു,
വെടിയുണ്ടകൾക്ക് മറുപടിയായ്
തലയോട്ടികൾ കല്ലുകളായി എറിയുന്നു.
ഉപേക്ഷിക്കപ്പെട്ട ചെരുപ്പുകളും,
ഗ്രനേഡുബാക്കികളും,
കത്തിച്ച വാഹനങ്ങളും,
രക്തംപുരണ്ട പതാകകളും
കാലംചെയ്ത കർഫ്യൂകളും ചേർന്ന്
ചെറുത്തുനിൽപ്പുകളുടെ
ചിത്രം വരച്ച പാതയുടെ
കാൻവാസുകൾക്ക് കീഴെ
ഗ്യാസ് ചേംബറുകൾ
റദ്ദുചെയ്യപ്പെട്ടതായി തെളിയുന്നു.

ഓഷ്‌വിറ്റ്സുകൾക്കായി
'ഗുഹകളിൽ ധ്യാനമിരുന്ന'
ഒരു നവനാസി, ലോകത്തെവിടെയോ
ആത്മഹത്യ ചെയ്യുന്നു.
നിരോധനങ്ങളുടെ ശവം
തെരുവിൽ, തലകീഴായി
ലോകാവസാനം വരെ
കെട്ടിത്തൂക്കുന്നു.

ജന്മി

എന്റെ പർവ്വതങ്ങളും
സമതലങ്ങളും
ചെങ്കുത്തായ ചെരിവുകളും
കാടും ചുഴിയും കാട്ടാറും
വളവുകളും വയലുകളും
ഇടവഴിയും ഈറ്ററയും നീയാണ്.
നീയല്ലാതെ ഈ ഭൂമിയിൽ
എനിക്കുവേറെ മണ്ണില്ല.
അവിടെ ഞാൻ നട്ടതല്ലാതെ
എനിക്കുവേറെ പൂവില്ല.

ക്യൂബ

വിപ്ലവത്തിന്റെ രാസനാമം
ചെഗുവേരയുടെ ഹൃദയത്തിലേക്ക്
നിറയൊഴിച്ച പട്ടാളക്കാരനോട്
നിങ്ങൾ പകരം ചോദിച്ചുവോ..?

ചോദിച്ചു..

നിങ്ങൾ അയാളുടെ
ഹൃദയത്തിലേക്ക്
വെടിയുതിർത്തോ,
അയാളെ നിങ്ങൾ
തൂക്കിലേറ്റിയോ,
അതോ.. ജീവനോടെ
അയാളെ ചുട്ടെരിച്ചോ..?

ഇല്ല..
അയാളുടെ
'തിമിര' ശസ്ത്രിക്രിയ
ഞങ്ങൾ സൗജന്യമായി
ചെയ്തുകൊടുത്തു..

ഏതാണ് നിങ്ങളുടെ രാജ്യം?
ക്യൂബ

ലഹരി കടത്ത്

വെയിലുമങ്ങിയ വഴിയരികിലെ
അരക്ഷിതമായ വൈകുന്നേരങ്ങളിലൊന്നിൽ
ലഹരി കടത്താരോപിച്ച് പിടിക്കപ്പെട്ട
ഒരു അന്യസംസ്ഥാനക്കാരന്
ചുറ്റും ആളുകൾ കൂട്ടംകൂടി
നിൽക്കുന്നത് പോലെ,
മനസിലാകാത്ത ഭാഷകളിൽ
ചിന്തകൾ എന്നെനോക്കി
വട്ടത്തിൽ പിറുപിറുക്കുന്നു.
ഇടക്കിടെ ഓരോരുത്തരും
അവരവരുടെ ബസുകളിൽ
കയറിപ്പോകുന്നുണ്ട്.
എന്തുകൊണ്ടോ; അറിയില്ല
നിന്റെ ബസുമാത്രം വന്നതേയില്ല,
നേരത്തെ പോയതുമാകാം.
വിജനമായ ആ രാത്രിയിൽ
ഹൃദയത്തിൽ ലഹരികടത്തിയ
കുറ്റത്തിന് പ്രിയപ്പെട്ടവളെ,
നീയും ഞാനും അങ്ങനെയാണ്
ശിക്ഷിക്കപ്പെടുന്നത്.

സർക്കസ്

ആളുകളെ ത്രസിപ്പിക്കുന്ന നമ്പറുകളില്ലാതെ,
ഒഴിഞ്ഞ കസേരകൾ മാത്രമുള്ള
ഒരു സർക്കസ് കൂടാരത്തിലെ
അലസമായ
വൈകുന്നേരങ്ങളെപ്പോലെ
ചുരുക്കം ചിലയാളുകൾ വരുന്നു.
അവർ അവരുടെ
ഐസ്ക്രീം നുണയുന്നു.
അവരുടെ കടലകൊറിക്കുന്നു.
പുതിയ മൃഗങ്ങളൊന്നുമില്ലെന്നാണ്
അവരുടെ പരാതി.

ആയുസ്സ്

വരണ്ടു പൊടിപാറി
അനിശ്ചിതത്വങ്ങളിലേക്ക്
നീണ്ടുപോകുന്ന റോഡിൽ
ഏകാന്തത മുറിച്ചുകടക്കവെ
വാഹനമിടിച്ച് ചതഞ്ഞരഞ്ഞ
ഒരു വെള്ളപ്പൂച്ചയെപ്പോലെ
മൂർദ്ധാവിൽ ഒരുമുടി
നരച്ചുകിടക്കുന്നു.
കൊഴിഞ്ഞുപോയവയുടെ
കുഴിമാടങ്ങളിൽ തലവര
കൊത്തിവച്ചിരിക്കുന്നു.

അകലം

മഴ തോർന്നു തീരുമ്പോൾ
ഞാനൊരു താരാട്ടിന്റെ
ആദ്യവരി മൂളുകയാണ്.
രാത്രികൾ പ്രേതങ്ങളുടെ
അവധി ദിനങ്ങളാണ്.
നമുക്കിടയിൽ
ആഴ്ചയിലൊരുതവണ
ഒരു തീവണ്ടിയോടുന്നു.
നീ ദിവസങ്ങൾ
അടയാളപ്പെടുത്താത്ത
എന്റെ കലണ്ടറിലെ
ഋതുഭേദങ്ങൾ.
വിയർപ്പ് പ്രേമത്തിന്റെ പുഴ
കിതപ്പ് കാമത്തിന്റെ കാറ്റ്.

അറിയിപ്പ്

നമ്മൾ
കാത്തിരിപ്പിന്റെ
പാളങ്ങളിലൂടെ
അകാരണമായി
വൈകിയോടുന്ന
രണ്ടുതീവണ്ടികൾ.

ഖനിയാഴം

നഷ്ടപ്പെടലിന്റെ
ഈ രാത്രികളുടെ
അണുവികിരണ
മേറ്റു ഞാനില്ലാതാകുന്നു.
അധികസമയത്തേക്ക്
ജോലിനീണ്ട ഒരു
ഖനി തൊഴിലാളിയെപ്പോലെ
ഓർമ്മകൾ രക്തം വിയർക്കുന്നു.
നമ്മുടെ ചുണ്ടുകൾ
അകലങ്ങളിൽ
അരോചകമായ
അവധി ദിവസങ്ങൾ
പൂർത്തിയാക്കുന്നു.

കെട്ടിവച്ച കാശ്

അന്തിമ വിശകലനത്തിൽ
ഞാനൊരു കാലഹരണപ്പെട്ട
സമരരീതിയാണ്.
ആളുകൾ പിരിഞ്ഞുപോകുന്നതിന്
മുൻപ് പ്രകടനം അവസാനിപ്പിക്കുവാൻ
ഒരിക്കലും സാധിക്കുന്നില്ല.
ആൾക്കൂട്ടത്തിനു വേണ്ടി
ക്രമപ്പെടാതെ ചിതറിയ വാക്കുകൾ.
എനിക്കുവേണ്ടി സംസാരിക്കുവാൻ
എന്നെത്തന്നെ കിട്ടാതാകുമ്പോൾ,
അടിയൊഴുക്കുകളുടെ ഒരു ദിവസം
നീ മാത്രം എന്റെ ചിഹ്നമന്വേഷിക്കുന്നു.

ജനാലകളിൽ ഇപ്പോഴും കവിതകളുണ്ട്

എന്റെ ജനാലകൾ
സ്വാതന്ത്ര്യത്തിന്റെ ചത്വരങ്ങളാണ്.
പകലിനെ ഊതിയുണർത്താൻ ശ്രമിച്ച്
നിരന്തരം തോറ്റുപോയ
ഒരു തെരുവു വിളക്കിന്റെ
അരണ്ടവെളിച്ചം
അവിടെ കുത്തിയിരിക്കുന്നു.
എനിക്കു നിന്നെക്കാണാം
എന്റെ ജനാലകൾ
വിലാപത്തിന്റെ മതിലുകളാണ്.

തുടർച്ച

....
................, അതുമല്ലെങ്കിൽ
സമയത്തിന്റെ മുതുകിൽ
ഞാൻ നിന്നിലേക്കുള്ള
എളുപ്പവഴികൾ വരഞ്ഞിടുന്നു.

ബീഡി തെറുക്കുന്ന അയാൾ

അയാൾ ബീഡിതെറുക്കുകയാണെന്ന്
നിങ്ങൾക്ക് തോന്നിപ്പോകുന്നതാണ്.
'എല്ലാവരുടേയും ആവശ്യത്തിനുള്ളതുണ്ട്,
ആരുടേയും അത്യാഗ്രഹത്തിനുള്ളതില്ലെന്ന്'
അയാളുടെ ചുണ്ടുകൾ മന്ത്രിക്കുന്നതായി
നിങ്ങൾക്ക് തോന്നുന്നില്ലേ.
അയാൾ ഗാന്ധിയാണെന്ന്
നിങ്ങൾക്ക് തോന്നിപ്പോകും.

'ഓരോരുത്തരും അവരവരുടെ
കഴിവിനനുസരിച്ച്, ഓരോരുത്തരും
അവരവരുടെ ആവശ്യത്തിനനുസരിച്ച്'
എന്ന് അയാൾ മുഷ്ടി
ചുരുട്ടുന്നതായി തോന്നുന്നില്ലേ.
അയാൾ മാർക്സാണെന്ന്
നിങ്ങൾക്ക് തോന്നിപ്പോകും.

അയാൾ കുമ്പിട്ടിരുന്ന്
മാനിഫെസ്റ്റോയിൽ നിന്ന്
അക്ഷരങ്ങൾ പെറുക്കി
യെടുക്കുന്നതായി തോന്നിപ്പോകും.

അയാൾ തലകീഴായ ലോകത്തെ
നേരെയാക്കുകയാണെന്ന്
നിങ്ങൾക്ക് തോന്നുന്നില്ലേ.
അയാൾ ബീഡി തെറുക്കുകയാണെന്ന്
നിങ്ങൾക്ക് തോന്നിപ്പോകുന്നതാണ്.

അയാൾ മാർക്സും ഗാന്ധിയുമാണ്,
അയാൾ ലോകത്തെ വ്യാഖ്യാനിക്കുകയല്ല;
മാറ്റിത്തീർക്കുകയാണ്.
ബീഡി തെറുക്കുന്ന അയാൾ.

(ജീവിത സമ്പാദ്യം ദുരിതാശ്വാസത്തിന്
നൽകിയ ജനാർദ്ദേട്ടന്)

www.ingramcontent.com/pod-product-compliance
Lightning Source LLC
LaVergne TN
LVHW040826051026
849519LV00007BA/2755
* 9 7 8 9 3 9 3 3 9 7 3 1 7 *